பலவுள் தெரி இலக்கண வினாவிடைகள் பகுதி 2

FOR ALL PUBLIC EXAMS

திருமதி ஸ்ரீ. விஜயலஷ்மி

ISBN 979-888530801-4

இந்த நூலை என் அன்பு பெற்றோர்களுக்குக் காணிக்கை யாக்குகின்றேன்

பொருளடக்கம்

அணிந்துரை

இந்த புத்தகத்தில் அனைத்துப் பொதுத் தேர்வுகளிலும் கேட்கப்படும் பலவகையான இலக்கண வினா விடைகள் பலவுள் தெரி அடிப்படையில் உருவாக்கப்பட்டுள்ளது.

முன்னுரை

பொதுத் தேர்வினை எதிர்கொள்ளும் மாணவர்கள் பயன் பெறும் வகையில் வினாக்களும் விடைகளும் இதில் அமைந்துள்ளன.

நன்றி

என்னாலும் தமிழ் நூல்களை எழுத முடியும் என்ற அளவிற்கு என்னை பல நல்லாசிரியர்கள் ஊக்குவித்தனர். அவர்கள் அனைவருக்கும் என் மனமார்ந்த நன்றியினை இவண் தெரிவித்துக் கொள்கின்றேன்.

முகவுரை

ஐ.சி.எஸ்.சி புத்தாம் வகுப்பு மாணவர்களுக்கு

பொதுத்தேர்வில் கேட்கப்பட்ட

2007 முதல் 2019 வரையிலான தேர்ந்தறி

இலக்கண வினா விடைகள்:

வழங்குபவர்

திருமதி ஸ்ரீ. விஜயலஷ்மி

தமிழாசிரியை

கோயம்புத்தூர். 22

கைப்பேசி எண் 98432 97197.

2007 ஒருவரி வினா விடைகள்:

வினா-விடைகள்:

குறிப்பு: வினாவிற்கு உரிய விடைகளை அடைப்புக் குறிக்குள் கேட்டபடி எழுதுக:

1 வினா: சிபிச்சக்கரவர்த்தி தஞ்சம் என்று வந்தடைந்த புறாவிற்கு

உதவுவதாக வாக்குக் கொடுத்தார்.

(அ) சரண் (ஆ) பாதுகாப்பு (இ) அடைக்கலம்

(குடித்த சொல்லின் பொருளைத் தேர்ந்தெடுத்து எழுதுக)

விடை சிபிச் சக்கரவர்த்தி அடைக்கலம் என்று வந்த புறாவிற்கு

உதவுவதாக வாக்குக் கொடுத்தார்.

2 வினா: ஹாஸ்டலில் தங்கிப் படித்த என்னை செகரட்டரி போஸ்டுக்கு

போட்டியிடுமாறு வற்புறுத்தினார்கள்.(தொடரில் உள்ள

பிறமொழிச் சொற்களை நீக்கி தூய தமிழில் எழுதுக)

விடை: விடுதியில் தங்கிப் படித்த என்னை செயலாளர் பதவிக்குப்

போட்டியிடுமாறு வற்புறுத்தினார்கள்.

3.வினா: மழலை குழந்தைகளுக்கு பள்ளிகளை துவக்கவும் விளையாட்டு

பயிற்சிகளை அளிக்கவும் ஆசிரியர்களுக்கு சிறப்பு பயிற்சி

தரப்படுகிறது.

[தேவையான இடங்களில் வல்லொற்று (க்,ச்,த்,ப்) இட்டு

எழுதுக:]

விடை: மழலைக் குழந்தைகளுக்குப் பள்ளிகளைத் துவக்கவும்

விளையாட்டுப் பயிற்சிகளை அளிக்கவும் ஆசிரியர்களுக்குச்

சிறப்புப் பயிற்சித் தரப்படுகிறது.

4.வினா: தொன்று தொட்டு, பரிந்துரை: (இச் சொற்களின் பொருள்

உணர்ந்து சொந்த வாக்கியத்தில் அமைத்து எழுதுக)

விடை: தொன்று தொட்டு நற்செயல் ஆற்றியவர்களுக்கு விருதுகள்

வழங்க பரிந்துரை செய்யப்டுகின்றது.

5.வினா: மண் அரிப்பை, வேர்கள் தடுத்து நிறுத்தியதால் மண்வணம்

காக்கப்யட்டது .(நிகழ்காலமாக மாற்றி எழுதுக.)

விடை: மண் அரிப்பை வேர்கள் தடுத்து நிறுத்துவதால் மண்வளம்

காக்கப்படுகின்றன.

6.வினா: பனைமரம் வீடுகளில் உத்தரமாகவும்ஈ பயன்படுகிறது.

பனைமரம் தூணாகவும், பயன்படுகிறது. பனை மர மட்டை

கயிறாகத் திரிக்கப் பயன்படுகிறது. பனைமரத்தின் இளமடலை

வெட்டி அழகிய விசிறிகள் செய்வர்.

(ஒரே வாக்கியமாக எழுதுக)

விடை: பனைமரம் வீடுகளில் உத்தரமாகவும், தூணாகவும், பனைமரமட்டை

கயிறாகத் திரிக்கவும், அதன் இளடமடலை வெட்டப்பட்டு அழகிய

விசிறிகள் செய்யவும் பயன்படுகின்றது.

7.வினா: கூட்டுறவு வேளாண்மைக கழகம் உணவுப் பொருளின்

உற்பத்தியைப் பெருக்கியது. (ஒருமை வாக்கியத்தை பன்மை

வாக்கியமாக மாற்றி எழுதுக)

விடை: கூட்டுறவு வோளாண்மைக் கழகம் உணவுப் பொருள்களின்

உற்பத்தியைப் பெருக்கின.

8.வினா: ஊர் விவகாரம் அரசியல் சினிமா இதைப்பற்றியெல்லாம் பேசி

நேரத்தைக் கொலை செய்வது போல தீவிரமான லட்சியம்

பேசுவதும் ஒரு நேரக் கொலை தான்.

(ஏற்ற நிறுத்தற் குறி இடுக)

விடை: "ஊர் விவகாரம், அரசியல், சினிமா" இதைப்பற்றியெல்லாம் பேசி

நேரத்தைக் கொலைசெய்வதுபோல், - "தீவிரமான லட்சியம்

பேசுவதும்", ஒரு நேரக் கொலைதான்.

2008

குறிப்பு: வினாவிற்கு உரிய விடைகளை அடைப்புக் குறிக்குள் கேட்டபடி எழுதுக:

1 வினா: நிலவின் ஒளி குளிர்ச்சியாக இருக்கும்.

அ. இருள் ஆ. வெப்பம் இ. வெளிச்சம் ஈ. இரைச்சல்

(கோடிட்ட சொல்லின் பொருளைத் தேர்ந்தெடுத்து எழுதுக)

விடை: நிலவின் வெளிச்சம் குளிச்சியாக இருக்கும்.

2 வினா: தண்ணீர்ப் பற்றாக்குறை நீங்க தண்ணீரை சிக்கனமாக

பயன்படுத்த வேண்டும்.

(சந்திப் பிழையை நீக்கி எழுதுக)

விடை: தண்ணீர் பற்றாக்குறை நீங்கத் தண்ணீரைச் சிக்கனமாகப்

பயன்படுத்த வேண்டும்.

3.வினா: குமார் உழவுத் தொழில் செய்து முன்னேற விரும்பினான்.

(நிகழ்காலமாக மாற்றி எழுதுக)

விடை: குமார் உழவுத் தொழில் செய்து முன்னேறி வருகின்றான்.

4.வினா: சிங்கம் பதுங்கி வந்தது. சிங்கம் மானைக் கொன்றது. சிங்கம்

மானைச் சாப்பிட்டது.

(ஒரே வாக்கியமாக இணைத்து எழுதுக)

விடை: சிங்கம் பதுங்கிவந்து, மானைக்கொன்று சாப்பிட்டது.

5.வினா: பேரும் புகழும்; இரவும் பகலும்.

(இம்மரபுச் சொற்களை வாக்கியத்தில் அமைத்து எழுதுக)

விடை: இரவும் பகலும் அயராது உழைத்தால் பேரும் புகழும் பெறலாம்.

6.வினா: உலகில் ஒரே கடவுள்தான் உண்டு அவர் பிறப்பு இறப்பு விருப்பு

வெறுப்பு இல்லாத உண்மையின் வடிவம் என்று குருநானக்

கூறுகிறார் (நிறுத்தற் குறி இட்டு எழுதுக)

விடை: உலகில் ஒரே கடவுள்தான் உண்டு. அவர், "பிறப்பு இறப்பு;

விருப்பு வெறுப்பு இல்லாத உண்மையின் வடிவம்" என்று

குருநானக் கூறுகிறார்.

7.வினா: எங்கள் ஊரில் போலீஸ் ஸ்டேஷன் சென்டரில் இருக்கிறது.

(பிறமொழிச் சொற்களை நீக்கி, தமிழ்ச்சொற்களைப்

பயன்படுத்துக)

விடை: எங்கள் ஊரில் காவல் நிலையம் நடுவில் உள்ளது.

8.வினா: அறிவியலும், தொழில்நுட்பமும் விவசாயிகளைச் சென்று

அடைந்த பிந்தான் இந்த மாற்றம் ஏற்பட்டன.

(ஒருமை பன்மைப் பிழைகளை நீக்கி எழுதுக)

விடை: அறிவியலும் தொழில் நுட்பமும் விவசாயிகளைச் சென்ற

அடைந்த பின்தான் இந்த மாற்றங்கள் ஏற்பட்டன.

2009

குறிப்பு: வினாவிற்கு உரிய விடைகளை அடைப்புக் குறிக்குள் கேட்டபடி எழுதுக:

1 வினா: சியிச் சக்கரவர்த்தி, தன்னிடம் <u>அடைக்கலம்</u> புகுந்த புறாவிடம் பரிவு காட்டினார்.

1. பாதுகாப்பு 2.தஞ்சம் 3. புகலிடம் 4. அகதி

(கோடிட்ட சொல்லுக்குப்பொருத்தமான பொருளை எடுத்து எழுதுக)

விடை: சியிச் சக்கரவர்த்தி தன்னிடம் தஞ்சம் புகுந்த புறாவிடம் பரிவு காட்டினார்.

2 வினா: நகராட்சித் தலைவர் மக்களிடம் ---------- குறைகளைக் (குற்றம், குணம்) கேட்டறிந்தபோது, அங்குள்ளோர் நடப்பதைத் ------------ தடையின்றிக்(தவறு, தங்கு) கூறினர்.

(கோடிட்ட இடத்தில் சரியான இணைச் சொல்லை எடுத்தெழுதுக)

விடை: நகராட்சித் தலைவர் மக்களிடம் குற்றங்குறைகளைக் கேட்டறிந்த

போது அங்குள்ளோர் நடப்பதைத் தங்கு தடையின்றிக் கூறினர்.

.

3.வினா: திருடன் இரவில் -------------- வதைப் பார்த்து, மக்கள்--------------

வேலையில் ஈடுபட்டனர்.(உழவு, உலவு, உளவு)

(பொருள் வேறுபாட்டை உணர்ந்து,பொருத்தமான சொல்லைக்

கொண்டு நிரப்புக)

விடை: திருடன் இரவில் உலவுவதைப் பார்த்து மக்கள் உளவு

வேலையில் ஈடுபட்டனர்.

4.வினா: பாவக்காயும், வெண்டக்காயும் ஒடம்புக்கு நல்லது.

(கொச்சை சொற்களை திருத்தி எழுதுக)

விடை: பாகற்காயும், வெண்டைக்காயும் உடம்பிற்கு நல்லது.

5.வினா: வாடிய பயிரை நின்றார் வருந்தி கண்டு இராமலிங்க அடிகள்.

(பொருள் தரும் வாக்கியமாக மாற்றி எழுதுக)

விடை: இராமலிங்க அடிகள் வாடிய பயிரைக் கண்டு வருந்தி நின்றார்.

6.வினா: மணி விரைந்து சென்றான். மணி குறித்த பேருந்தில் ஏறினான். மணி ஊருக்குச் சென்றான்)

(ஒரே வாக்கியமாக இணைத்து எழுதுக)

விடை: மணி விரைந்து சென்று, குறித்த பேருந்தில் ஏறி, ஊருக்குச் சென்றான்.

7.வினா: தீ உடலை சுடும்.. தீய சொல் உள்ளத்தை சுடும். தீ புண் ஆறிவிடும். ஆனால் தீய சொல் வடுவாக தோன்றி நிற்கும்.

(தேவையானை இடங்களில் வல்லொற்று இட்டு எழுதுக.)

விடை: தீ உடலைச் சுடும். தீய சொல் உள்ளத்தைச் சுடும். தீப்புண் ஆறிவிடும். ஆனால் தீய சொல் வடுவாகத் தோன்றி நிற்கும்.

8.வினா: கடைக்காரர் நாளை புத்தகம் ---------------- (தா) என்று ------------- (கூறு) பணத்தக்---------------- (கேள்).

(அடைப்புக்குறிக்குள் உள்ள வினைச் சொல்லை கோடிட்ட இடங்களில் பொருத்தமாக மாற்றி எழுதுக)

விடை: கடைக்காரர் நாளை புத்தகம் தருவாதாகக் கூறிப் பணத்தைக்

கேட்டார்.

2010

குறிப்பு: வினாவிற்கு உரிய விடைகளை அடைப்புக் குறிக்குள் கேட்டபடி எழுதுக:

1 வினா: தொழிற்சாலையின் கழிவுப் பொருள்களால்,சுற்றுப்புறச் சூழலின்

தூய்மை கெடுகிறது.

(அழகு, காற்று, சுத்தம், நீர்)

(கோடிட்ட சொல்லின் சரியான பொருளை எழுத்து எழுதுக)

விடை: தொழிற்சாலையின் கழிவுப் பொருள்களால், சுற்றுப்புறச் சூழலின்

சுத்தம் கெடுகிறது.

2 வினா: நல்ல மழை பெய்வதால், பசியும் பிணியும் ஒழிகிறன்றது. நாடு

முன்னேற்றம் அடைகின்றது. (எதிர்காலமாக மாற்றி எழுதுக.)

விடை: நல்ல மழை பெய்தால் பசியும் பிணியும் ஒழியும். நாடு

முன்னேற்றம் அடையும்.

.

3.வினா: கல்வி சுற்றுலா செல்ல அனுமதி கேட்டு தந்தைக்கு கண்ணன் கடிதம் எழுதினான்.

(தேவையான இடங்களில் வல்லொற்று (க்.ச்.த்.ப்) இட்டு எழுதுக.

விடை: கல்விச் சுற்றுலா செல்ல அனுமதி கேட்டு தந்தைக்குக் கண்ணன் கடிதம் எழுதினான்.

4.வினா: குமார் இதழ் ஒன்றிற்கு கதை எழுதி அனுப்பினான், குமார் இதழ் ஒன்றிற்கு நாடகம் எழுதி அனுப்பினான்,

(ஒரே வாக்கியமாக மாற்றி எழுதுக)

விடை: குமார் இதழ் ஒன்றிற்குக் கடிதமும் , நாடகமும் எழுதி அனுப்பினான்.

5.வினா: அவன் பெரிய --------------------யைக் கடந்து, மேம்பாலத்தில் ----------------- பின்சாலையைக் கடந்து ஊரை அடைந்தான். (ஏறி,ஏறி)

(பொருத்தமான சொல்லைக் கொண்டு நிரப்புக)

விடை: அவன் பெரிய ஏரியைக் கடந்து, மேம்பாலத்தில் ஏறி பின் சாலையைக் கடந்து ஊரை அடைந்தான்.

6.வினா: ஒலிம்பிக் போட்டியின் குறிக்கோள் விரைக உயர்க

வலிமைபெறுக என்பதாகும்.

(நிறுத்தற்குறி இடுக)

விடை ஒலிம்பிக் போட்டியின் குறிக்கோள், "விரைக; உயர்க;

வலிமைபெறுக", என்பதாகும்.

7.வினா: சிருவன் பன்தை வலிப் போக்கன் மேள் எறிந்தான்.

(இத்தொடரை பிழையின்றி எழுதுக.)

விடை: சிறுவன் பந்தை வழிப் போக்கன் மேல் எறிந்தான்.

8.வினா: தோட்டத்தில் குயில்-------------- தேனீ ---------------- அதைப் பார்த்து

அணில் கீச்சிட்டது.

(உயிரினங்களின் சரியான ஒலிக் குறிப்பைக் கொண்டு கோடிட்ட

இடத்தை நிரப்புக)

விடை: தோட்டத்தில் குயில் கூவும், தேனி ரீங்காரமிடும், அதைப்

பார்த்து அணில் கீச்சிடும்.

குறிப்பு: 2011 ஆம் வருட வினாத்தாள் கிடைக்கவில்லை.

2012

குறிப்பு: வினாவிற்கு உரிய விடைகளை அடைப்புக் குறிக்குள் கேட்டபடி எழுதுக:

1 வினா: செல்வந்தர்கள் உணவுப் பொருளைப் பதுக்குவதால்,

செயற்கையான <u>தட்டுப்பாடு</u> ஏற்படுகின்றது

(விலையேற்றம் , பற்றாக்குறை, பெருக்கம்)

(கோடிட்ட சொல்லின் சரியான பொருளை எழுத்து எழுதுக)

விடை: செல்வர்கள் உணவுப் பொருளைப் பதுக்குவதால். செயற்கையான

பற்றாக்குறை ஏற்படுகின்றது.

2 வினா: ------------------ந்த ஆடை அணிந்த வேடன் காட்டில் ---------------- யைப்

பிடிக்கச் சென்றபோது, சிங்கத்தைப் பார்த்து -------------------

அடைந்தான்.

(கிளி, கிழி, கிலி)

(பொருத்தமான சொல்லைக் கொண்டு நிரப்புக)

விடை: கிழிந்த ஆடை அணிந்த வேடன் காட்டில் கிளியைப் பிடிக்கச்

சென்ற போது சிங்கத்தைப் பார்த்து கிளி அடைந்தான்.

.

3.வினா: லீவு என்பதத்தால் ஹாஸ்டலில் தங்கியிருந்த ஸ்டூடன்ஸ்

எல்லாரும் வீட்டிற்குக் கிளம்பினர்..

(ஆங்கிலச் சொற்களை நீக்கி நல்ல தமிழில் வாக்கியமாக எழுதுக.)

விடை: விடுமுறை என்தால் விடுதியில் தங்கியிருந்த மாணவர்கள்

எல்லாரும் வீட்டிற்குக் கிளம்பினர்.

4.வினா: அணைகள் கட்டி, நீரினால் மின்சாரம் பெற்றனர்.

(எதிர்காலமாக மாற்றி எழுதுக)

விடை: அணைகள் கட்டினால் நீரினால் மின்சாரம் பெறுவர்.

5.வினா: மாலை நேரத்தில் தென்றல் ----------------------போது பூக்கள் தேனைச்,

------------------------.

(சொரிந்தன/ கொடுத்தன) (அடித்த/ வீசிய)

(கோடிட்ட இடத்தில் சரியான மரபுச் சொற்களைக் கொண்டு

நிரப்புக)

விடை: மாலை நேரத்தில் தென்றல் வீசிய போது பூக்கள் தேனைச்

சொரிந்தன.

6.வினா: கண்ணன் பள்ளி கூடத்திற்கு சென்று, மாடி படி ஏறும்போது

கட்டை விரலில் இடித்துகொண்டான்.

(ஏற்ற இடங்களில் வல்லொற்று இட்டு எழுதுக)

விடை கண்ணன் பள்ளிக் கூடத்திற்குச் சென்று, மாடிப்படி ஏறும்போது

கட்டை விரலில் இடித்துக் கொண்டான்.

7.வினா: All that glitters is not gold (or) Where there is a will, there is a way.

[தமிழாக்கம் தருக]

விடை: (1) மின்னுவதெல்லாம் பொன்னல்ல.

(2) மனம் உண்டானால் வழி உண்டு.

8.வினா: இளவரசி இது என்ன இப்படிச் செய்தீர்கள் என்றான்

விமலாதித்தன்.

(ஏற்ற நிறுத்தற்குறி இடுக)

விடை: இளவரசி! "இது என்ன இப்படிச் செய்தீர்கள் ?" என்று,

விமலாதித்தன் கேட்டான்.

2013

குறிப்பு: வினாவிற்கு உரிய விடைகளை அடைப்புக் குறிக்குள் கேட்டபடி எழுதுக:

1 வினா: சாலைகளில் நடக்கும் பொழுது மேடு-------------(குழி/பள்ளம்) பார்த்து

நடக்க வேண்டும் என்று, நல்லது -------------------- (கேட்டது/ கெட்டது)

தெரிந்த என்பாட்டி கூறினார்.

(கோடிட்ட இடத்தில் சரியான இணைச் சொற்களை எடுத்து

எழுதுக)

விடை: சாலைகளில் நடக்கும் பொழுது மேடு பள்ளம் பார்த்து நடக்க

வேண்டும் என்று, நல்லது கெட்டது தெரிந்த என் பாட்டி கூறினார்.

2 வினா: கோவலன் கண்ணகியுடன் மதுரைக்கு சென்றான்.அரசியின்

காற்சிலம்பை களவாடிய பழியை பெற்று கொலை

செய்யப்பட்டான்.

(சந்திப் பிழைகளை நீக்கி எழுதுக)

விடை: கோவலன் கண்ணகியுடன் மதுரைக்குச் சென்றான். அரசியின்

காற் சிம்பைக் களவாடிய பழியைப் பெற்றுக் கொலை

செய்யப்பட்டான்.

3.வினா: பழந்தமிழ்ச் சமுதாயத்தில் பெண்கள் நன்மதிப்புப்

பெற்றிருக்கிறார்கள்.

(இறந்த காலமாக மாற்றி எழுதுக.)

விடை: பழங்காலச் சமுதாயத்தில் பெண்கள் நன்மதிப்பு பெற்றிருந்தனர்.

4.வினா: கோபி வேகமாகச் சென்றான். கோபி சரியான பேருந்தில்

ஏறினான். கோபி ஊருக்குச் சென்றான். (ஒரே வாக்கியமாக

இணைத்து எழுதுக)

விடை: கோபி வேகமாகச் சென்று சரியான பேருந்தில் ஏறி ஊருக்குச்

சென்றான்.

5.வினா: **All is well that ends well (or) Think everybody alike.**

(பழமொழிக்கான தமிழாக்கம் தருக)

விடை: (1) நல்ல தொடக்கம் நல்ல முடிவு.

(2) உன்னைப் போல் பிறரையும் நேசி.

6.வினா: இருவரும் இணைந்து வந்துள்ளீர்களே என்ன செய்தி என்று

ஆசிரியர் மாணவர்களைப் பார்த்துக் கேட்டார்.

(நிறுத்தற் குறிகளை இட்டு எழுதுக)

விடை "இருவரும் இணைந்து வந்துள்ளீர்களே! என்ன செய்தி?" என்று

ஆசிரியர் மாணவர்களைப் பார்த்துக் கேட்டார்.

7.வினா: "ஸ்கூல் விட்டு வந்தவுடனே யூனியார்ம்மைக் கூட மாற்றாமல்,

டிவி பார்க்கிறாயே! ஹோம் ஒர்க் எப்புத்தான் செய்வாய்?"

என்று அம்மா கோபித்தார்.

[பிறமொழிச்சொற்களை நீக்கி தமிழ்ச் சொற்களைப்

பயன்படுத்துக]

விடை: "பள்ளி விட்டு வந்தவுடனே சீருடையைக் கூட மாற்றாமல்.

தொலைக்காட்சி பார்க்கிறாயே!. வீட்டுப்பாடம் எப்புத்தான்

செய்வாய்?" என்று, அம்மா கோபித்தாள்.

8.வினா: வீட்டில் வளர்த்து வந்த பூனை, நெடுநாட்களாகத் தொல்லை

கொடுத்து வந்த எலிகளைத் துரத்தின.

(ஒருமைப் பன்மைப் பிழைகளை நீக்கி எழுதுக)

விடை: வீட்டில் வளர்ந்து வந்த பூனை நெடுநாட்களாகத் தொல்லை

கொடுத்து வந்த எலிகளைத் துரத்தியது.

2014

குறிப்பு: வினாவிற்கு உரிய விடைகளை அடைப்புக் குறிக்குள் கேட்டபடி எழுதுக:

1 வினா: கர்ணனைத் தேரோட்டியின் மகன் என்று எல்லோரும் எள்ளி

நகையாடினர்.

(சிரித்தனர் , பரிகசித்தனர், புன்னகைத்தனர்)

(கோடிட்ட சொல்லின் சரியான பொருளை எழுத்து எழுதுக)

விடை: கர்ணனை தேரோட்டியின் மகன் என்று எல்லோரும் பரிகசித்தனர்.

2 வினா: செல்ல வேண்டும் ஒரு முறையாவது பயணம் உல்லாசப்

வருடத்திற்கு

(சொற்களை முறைப்படுத்தி சரியான வாக்கியம் அமை)

விடை: வருடத்திற்கு ஒருமுறையாவது உல்லாசப் பயணம் செல்ல

வேண்டும்.

.

3.வினா: East or west home is the best.

(or)

Small drops makes a mighty ocean.

(ஆங்கிலப் பழமொழிக்கு இணையான தமிழ் பழமொழி எழுதுக)

விடை: (1) எலிவளையானாலும் தனிவளை.

(2) சிறுதுளி பெருவெள்ளம்.

4.வினா: மார்கழி மாத காலைப் ----------------- யில் பெண்கள் கோலம் போடும் ---------------
யில் ஈடுபட்டார்கள் (பணி. பனி)

(பொருத்தமான சொல்லைக் கொண்டு நிரப்புக)

விடை: மார்கழி மாத காலைப் பனியில், பெண்கள் கோலம் போடும்

பணியில் ஈடுபட்டார்கள்.

5.வினா: தோட்டத்தில் வாளை மரம் குளை தல்லியது.

(எழுத்துப் பிழைகளை நீக்கி எழுதுக)

விடை: தோட்டத்தில் வாழை மரம் குலை தள்ளியது.

6.வினா: காவலர்கள் ---------------- பேசிய திருடனை அடித்தபோது ----------------

சொல்லி தப்பிக்கப் பார்த்தான்.

(வம்பு தும்பு, சாக்கு போக்கு, பொய்யும் புரட்டும்)

(பொருத்தமான இணைச் சொற்கள் கொண்டு நிரப்புக)

விடை: காவலர்கள் பொய்யும் புரட்டும் பேசிய திருடனை அடித்தபோது

சாக்குபோக்குச் சொல்லித் தப்பிக்கப் பார்த்தான்.

7.வினா: மான் ஆற்று நீரில் கால் வைத்த போது, முதலையொன்று அதனைக் கௌவிப் பிடித்திழுத்தது.

[தனித்தனி வாக்கியமாக பிரித்து எழுதுக]

விடை: மான் ஆற்று நீரில் கால் வைத்தது. முதலையொன்று

அதனைக் கௌவிப் பிடித்திழுத்தது.

8.வினா: தன் மகன் அறிவாளி எனக் கேட்ட தாய் பேருவகை கொண்டாள்.

(எதிர்காலமாக மாற்றி எழுதுக)

விடை: தன் மகன் அறிவாளி என்று கேட்டால் தாய் பேருவகைக்

கொள்வாள்.

2015

குறிப்பு: வினாவிற்கு உரிய விடைகளை அடைப்புக் குறிக்குள் கேட்டபடி எழுதுக:

1 வினா: பெற்றோரின் அன்பும் ------------------(கவனிப்பும் / ஆதரவும்)

இருந்ததால் சிறுமி ஆடல் ------------------[பாடல் / ஓவியம்]

கலைகளில் சிறந்து விளங்கினாள்.

(பொருத்தமான இணைச் சொற்களைக் கொண்டு நிரப்புக.)

விடை: பெற்றோரின் அன்பும் ஆதரவும் இருந்ததால், சிறுமி ஆடல் பாடல்

கலைகளில் சிறந்து விளங்கினாள்.

.

2 வினா: கூடியவை / ஆயிரக்கணக்கான / பறவைகள்/ பறக்க் / மைல்கள்

(முறை மாறிய சொற்களை முறைப்படுத்தி எழுதுக)

விடை: . பறவைகள் ஆயிரக் கணக்கான மைல்கள் பறக்க் கூடியவை.

3.வினா: வேலை - வேளை (அல்லது) மரம் - மறம்

(பொருள் வேறுபாடு அறிந்து வாக்கியம் அமைத்து எழுதுக

விடை: (1) காலை வேளையில் வேலை செய்தால் உடலுக்கு நல்லது.

(2) மறம் மிக்க மனிதன் மரத்தில் வேகமாக ஏறினான். (குறிப்பு

மறம்- வீரம்).

4.வினா: Money makes many thing. (or) Face is the index of the mind.

(ஆங்கிலப் பழமொழிக்கு இணையான தமிழ்ப் பழமொழி எழுதுக.)

விடை: (1) பணம் பத்தும் செய்யும்.

(2) அகத்தின் அழகு முகத்தில் தெரியும்.

5.வினா: தமிழ் தாத்தா உ.வே.சா அவர்கள் ஊர் ஊராக சென்று ஓலை

சுவடிகளை சேகரித்தார்.

(ஏற்ற இடங்களில் வல்லின மெய் இட்டு எழுதுக)

விடை: தமிழ்த் தாத்தா உ.வே.சா அவர்கள் ஊர் ஊராகச் சென்று ஓலைச்

சுவடிகளைச் சேகரித்தார்.

6.வினா: தன்னிடம் பொருளை வைத்துக்கொண்டு பிறரிடம் <u>இரத்தல்</u>

கூடாது.

(கெஞ்சுதல், வேண்டுதல், வாங்குதல்)

(அடிக்கோடிட்ட சொல்லின் சரியான பொருளை எழுதுக)

விடை தன்னிடம் பொருளை வைத்துக்கொண்டு பிறரிடம் வேண்டுதல்

கூடாது.

7.வினா: தேண், பேரீச்சம் பலம், ஆப்பில் தினமும் உண்ண நன்மை

ஏற்படும்.

[எழுத்துப் பிழைகளை நீக்கி எழுதுக.]

விடை: தேன், பேரீச்சம்பழம், ஆப்பிள் தினமும் உண்ண நன்மை ஏற்படும்.

8.வினா: ஆசிரியரின் அறிவுரையைக் கேட்டதால் மாணவர்கள் அதிக மதிப்பெண்கள் பெற்றார்கள்.

(எதிர்காலமாக மாற்றுக.)

விடை: ஆசிரியரின் அறிவுரையைக் கேட்டால் மாணவர்கள் அதிக

மதிப்பெண்கள் பெறுவார்கள்.

2016

குறிப்பு: வினாவிற்கு உரிய விடைகளை அடைப்புக் குறிக்குள் கேட்டபடி எழுதுக:

1 வினா: காலை <u>வேளையில்</u> நடைப் பயிற்சி செய்க.

(பணி, பொழுது, மாலை)

(கோடிட்ட சொல்லின் சரியான பொருளை எழுத்து எழுதுக)

விடை: காலைப் பொழுது நடைப் பயிற்சி செய்க

2 வினா: காம்ப்ளக்ஸ் அருகிலுள்ள பஸ் ஸ்டாப்பில் ஏறி போஸ்ட்

ஆபீசிற்குச் சென்றேன்.

(கிளி, கிழி, கிலி)

(பொருத்தமான சொல்லைக் கொண்டு நிரப்புக)

விடை: வளாகம் அருகில் உள்ள பேருந்து நிறுத்தத்தில் ஏறி தபால் அலுவலகத்திற்குச் சென்றேன்.

3.வினா: ஆடி அசைந்து, கூச்சல் குழப்பம்

(இணைச் சொற்களுக்கு ஏற்றார் போல வாக்கியத்தில் அமைத்து எழுதுக)

விடை: (1) கோனியம்மன் தேர், கூட்ட நெரிசலால் ஆடி அசைந்து வந்தது.

(2) திடீரென வந்த வதந்தியால் மக்களிடையே கூச்சல் குழப்பம் ஏற்பட்டது.

4.வினா: இறத்தல் தொழில் எவ்வளவு இளிவானதென்பதை இரைவன் அறிய வேண்டும்.

(எழுத்துப் பிழைகளை நீக்கி எழுதுக)

விடை: இரத்தல் தொழில் எவ்வளவு இழிவானது என்பதை இறைவன் அறிய வேண்டும்.

5.வினா: தலைக்கவசம் அணிவதால் விபத்திலிருந்து உயிர் பிழைக்க முடியும்.

(இறந்த காலமாக மாற்றுக.)

விடை: தலைக்கவசம் அணிந்ததால் விபத்திலிருந்து உயிர் பிழைக்க முடிந்தது.

6.வினா: பாவலர்கள் என் புகழ்மாலை பாடி பரிசில்கள் பெற காத்திருக்கும் இந்த சமயத்தில் நீர் இந்த செய்தியை தான் சொல்ல வேண்டுமா?

(ஏற்ற இடங்களில் வல்லொற்று இட்டு எழுதுக)

விடை "பாவலர்கள் என் புகழ்மாலைப் பாடிப் பரிசில்கள் பெறக் காத்திருக்கும்

இந்த சமயத்தில்" நீர் இந்தச் செய்தியைத் தான் சொல்ல வேண்டுமா?

7.வினா: Honesty is the best policy. (or) Empty vessels make the most noise.

[ஆங்கிலப் பழமொழிகளுக்குத் தமிழாக்கம் தருக]

விடை: (1) நேர்மையே உயரிய கொள்கை.

(2) குறைகுடம் கூத்தாடும்.

8.வினா: கயல்விழி நாளை நான் வருவேன் என்று கூறினாள். ஆனால் கூறியயபடி அவள் வரவில்லை

(ஏற்ற நிறுத்தற்குறி இடுக)

விடை: கயல்விழி, "நாளை நான் வருவேன்" என்று கூறினாள்; ஆனால், கூறியபடி

அவள் வரவில்லை.

2017

குறிப்பு: வினாவிற்கு உரிய விடைகளை அடைப்புக் குறிக்குள் கேட்டபடி எழுதுக:

1.வினா: பழங்கள் எல்லாம் அழுகிப் போயிற்று.

(இலக்கணப் பிழையின்றி எழுதுக.)

விடை: பழங்கள் எல்லாம் அழுகிப் போயின.

2.வினா: காண் - கான் (அல்லது) புல் - புள்

(பொருள் வேறுபாடு அறிந்து வாக்கியத்தில் அமைத்து எழுதுக.)

விடை: (1) காட்டில்(கான்) புலியைக் காண்(பார்) .

(2) புள் (பறவை) புல்(தாவரம்) தின்னாது.

3.வினா: அக்கினி நட்சத்திர வெயில் வாட்டியதால், பழரச விற்பனை

அதிகமாகியது.

(நிகழ்காலமாக மாற்றி எழுதுக.)

விடை: அக்னி நட்சத்திர வெய்யில் வாடட்டுகின்றதால் பழரச விற்பனை

அதிகமாகின்றது.

4.வினா: செய்யும் ஆழுக் தொழில் முதலீட்டில் கைத்தொழில் குறந்த.

(முறை மாறிய சொற்களை முறைப்படுத்தி எழுதுக)

விடை: குறைந்த முதலீட்டில் செய்யும் தொழில் கைத்தொழில் ஆகும்.

5.வினா: என்னருமை சகோதரர்களே சகோதரிகளே இவ்வருட

பாடல்களையும் இப்பொன்னுரைகளையும் உற்று நோக்குங்கள்

(பொருத்தமான நிறுத்தற்குறி இட்டு எழுதுக)

விடை: "என்னருமை சகோதரர்களே! சகோதரிகளே!" இவ்வருட பாடல்களையும்,

இப்பொன்னுரைகளையும் உற்று நோக்குங்கள்.

6.வினா: குடிமக்களை பேணி காக்காத தாய் நாட்டின் பெருமையை காக்க போராட சக்தியற்ற மன்னன் ஊரை விட்டு ஓடினான்.

(ஏற்ற இடங்களில் வல்லொற்று இட்டு எழுதுக)

விடை குடிமக்களைப் பேணிக் காக்காத தாய் நாட்டின் பெருமையைக் காக்கப்

போராட சக்தியற்ற மன்னன் ஊரை விட்டு ஓடினான்.

.

7.வினா: Act is long and life is short. (or) Blood is thicker than water.

[ஆங்கிலப் பழமொழிகளுக்கு இணையான தமிழாக்கம் தருக]

விடை: (1) கல்விக் கரையில; கற்பவர் நாள் சில.

(2) தான் ஆடாவிட்டாலும் தன் சதை ஆடும்.

8.வினா: இராசராச சோழன் <u>சமயம்</u> பார்த்து தஞ்சையில் கோயில்

கட்டினான்.

(மதம்/ நேரம் / கடவுள் நெறி)

(அடிக்கோடிட்ட சொல்லின் சரியான பொருளை எடுத்து எழுதுக)

விடை: இராசராச சோழன் நேரம் பார்த்து தஞ்சையில் கோயில் கட்டினான்.

------------------.

2018

குறிப்பு: வினாவிற்கு உரிய விடைகளை அடைப்புக் குறிக்குள் கேட்டபடி எழுதுக:

1 வினா: தொழிற்சாலையின் கழிவுப் பொருள்களால், சுற்றுப்புறச் சூழலின்

<u>தூய்மை</u> கெடுகிறது.

(அழகு , காற்று, சுத்தம், நீர்)

(கோடிட்ட சொல்லின் சரியான பொருளை எழுத்து எழுதுக)

விடை: தொழிற் சாலையின் கழிவுப் பொருள்களால், சுற்றுச் சூழலின் சுத்தம்

கெடுகிறது.

2 வினா: கொல் - கொள் (அல்லது) கரை - கறை

(பொருள்வேறுபாடு அறிந்து வாக்கியத்தில் அமைத்து எழுதுக)

விடை: (1) உயிர்களைக் கொன்று(கொல்), பணம் பெற்றுக் கொள்ளாதே! (கொள்)

.

3.வினா: விட்டு படுக்கையை வேண்டும் சுருட்டி வைக்க பாயைச்

எழுந்ததும்.

(முறை மாறிய சொற்களை முறைப்படுத்தி எழுதுக.)

விடை: படுக்கையை விட்டு எழுந்ததும் பாயைச் சுருட்டி வைக்க வேண்டும்.

4.வினா: சோழப் பேரரசுக்கு திறை செலுத்தி - தலை வணங்க

சம்மதிக்காததால் போர்முரசு கொட்டியிருக்கிறார்கள்.

(ஏற்ற இடங்களில் வல்லொற்று இட்டு எழுதுக)

விடை: சோழப் பேரரசுக்குத் திறை (வரி) செலுத்தி - தலை வணங்கச்

சம்மதிக்காததால் போர் முரசு கொட்டியிருக்கிறார்கள்.

5.வினா: நேற்று இடி மின்னலுடன் பலத்த மழை பெய்தது.

(எதிர்காலமாக மாற்றி எழுதுக)

விடை: நாளை இடி மின்னலுடன் பலத்த மழை பொழியும்.

6.வினா: தொளைக்காட்சி நிகல்ச்சிகள் மக்களிடையே

விலிப்புணர்வையும் கலையார்வத்தையும் ஏற்படுத்தும்.

(எழுத்துப் பிழைகளை நீக்கி எழுதுக)

விடை: தொலைக்காட்சி நிகழ்ச்சிகள் மக்களிடையே விழிப்புணர்வையும்

கலையார்வத்தையும் ஏற்படுத்தும்.

7.வினா: Time is tide wait for none (or) Self-help is the best help

[ஆங்கிலப் பழமொழிக்கு இணையான தமிழாக்கம் தருக]

விடை: (1) காலமும் கடல் அலையும் யாருக்காகவும் காத்திருக்காது.

(2) தன் கையே தனக்கு உதவி.

8.வினா: துரை அவனைப் பற்றிப் பேசியது போதும் இனி என்ன செய்ய வேண்டும் அதைச் சொல்லுங்கள் என்றான் எட்டப் பநாயக்கன்.

(ஏற்ற நிறுத்தற்குறி இடுக)

விடை: "துரை! அவனைப் பற்றிப் பேசியது போதும். இனி என்ன செய்ய

வேண்டும்? அதைச் சொல்லுங்கள்" என்றான் எட்டப்ப நாயக்கன்.

2019

குறிப்பு: வினாவிற்கு உரிய விடைகளை அடைப்புக் குறிக்குள் கேட்டபடி எழுதுக:

1 வினா: அலுவலகப் பணிகள் <u>துரிதமாக</u> நடைபெறுகிறது.

(மெதுவாக / கவனமாக / வேகமாக / பாதுகாப்பாக)

(கோடிட்ட சொல்லின் சரியான பொருளை எடுத்து எழுதுக)

விடை: அலுவலகப் பணிகள் வேகமாக நடைபெறுகிறது.

2 வினா: நான் பல்லியில் விளையாடும் பொழுது விழுந்ததால் என்

தோல்பட்டையில் வலிக்கிறது.

(எழுத்துப் பிழைகளை நீக்கி எழுதுக)

விடை: நான் பள்ளியில் விளையாடும் பொழுது விழுந்ததால் என் தோள்

பட்டை வலிக்கிறது.

.

3.வினா: வலை - வளை (அல்லது) எரி - எறி

(பொருள் வேறுபாடு உணர்ந்து வாக்கியத்தில் அமை.)

விடை: (1-1) மீனவன் வலை வீசி மீன் பிடித்தான்

(1-2) எலி வளையில் தங்கும்.

3-(2-1) நெருப்பு எரிகின்றது.

3 (2-2) பந்தை எறிந்தான்.

4.வினா: Make hay while the sun shines. (or) Prevention is better than cure.

(ஆங்கிலப் பழமொழிக்கு இணையான தமிழ்ப் பழமொழி எழுதுக)

விடை: (1) காற்றுள்ள போதே தூற்றிக்கொள்.

(2) வரும்முன் காப்பதே சிறந்தது.

5.வினா: டெல்லி போன்ற பெரு நகரங்களில் காற்று மாசடைந்ததால் மக்கள் மூச்சு விட திணறினர்.

(நிகழ்காலமாக மாற்றுக)

விடை: டெல்லி போன்ற பெரு நகரங்களில் காற்று மாசடைவதால் மக்கள் மூச்சு விடத் திணறுகின்றனர்.

6.வினா: கோயப்பட்டார் விழாவின் சிறப்பு விருந்தினர் மாணவர்கள் அடிக்கடி பேசியதால் உரையாற்றிக்கொண்டு இருந்தபோது.

(சொற்களை வரிசைப் படுத்தி சரியான வாக்கியமாக எழுதுக)

விடை விழாவின் சிறப்பு விருந்தினர், உரையாற்றிக் கொண்டிருந்தபோது மாணவர்கள் அடிக்கடி பேசியதால் கோயப்பட்டார்.

7.வினா: தோடர்மல் விவசாயளை கசக்கிபிழ கூடாது என்று வரிவசூல் செய்வதில் நியாயமான முறைகளை பின்பற்றினார்.

[தேவையான இடங்களில் வல்லின மெய் இட்டு எழுதுக]

விடை: தோடர்மல் விவசாயிகளைக் கசக்கிப் பிழியக் கூடாது என்று, வரிவசூல் செய்வதில் நியாயமான முறைகளைப் பின்பற்றினார்.

8.வினா: ஆஸ்பத்திரி, பஸ் ஸ்டாண்டு, போலிஸ் ஸ்டேஷன் அனைத்துமே ஊரின் சென்டரில் உள்ளது.

(பிறமொழிச் சொற்களை நீக்கி தமிழ்ப்படுத்தி எழுதுக)

விடை: மருத்துவமனை, பேருந்து நிலையம், காவல் நிலையம் அனைத்துமே

ஊரின் நடுவில் உள்ளது.

வெற்றி பெற நல்வாழ்த்துக்கள்.

அன்புடன்,

தமிழம்மா

ஶ்ரீ.விஜயலஷ்மி.